అప్రస్తుతప్రశంస

ఇది

శ్రీ పీఠికాపుర సంస్థాన కవియు

శతావధానియు నగు

వి. ఆర్. కృష్ణశాస్త్రిచే

వ్రాయఁబడినది

వినుఁడు! సజ్జనులార! వేర్వేఱుచోట్ల
వారు సూపెడునట్టి విద్వత్త్వకంటె
నెక్కుడుగఁ జూపనున్నార మిదియ! ప్రతిస
రాను రప్పింపఁబనిగాన రాదుమాకు.

మొదటి కూర్పు 1,000 ప్రతులు

కాకినాడ:

సుజనరంజనీ ముద్రాక్షరశాలన్ముద్రితము

వెల రు 0-4-6 లు.

పీఠిక.

భిన్నాభిప్రాయములతో నెవ్వరైన నా గ్రంథమును దూషించుచుఁ గాని, మమ్ము నిందించుచుఁ గాని. యేమైన వ్రాసినచోఁ బ్రత్యుత్తరము సేయఁబడవు. భాషాభివృద్ధికిఁ జేయఁదగిన పను లనేకము లున్నవి. ఈ యప్రస్తుతప్రశంసలతోఁ గాలము వ్యర్థము సేయుట ధర్మము కాదు. సరసముగను, సయుక్తికముగను వ్రాయలేక నిందించినచో “వారి నిందలు వారి తిట్లు వారికే” యని యొక్క మాటగానే సమాధాన మిచ్చుచున్నాను.

రామకృష్ణశాస్త్రి.

అప్రస్తుతప్రశంస.

చదువరులారా! మీ రిప్పుడు చదువుచున్న గ్రంథమునకు „అప్రస్తుతప్రశంస” యని పేరు. మీకు మాత్ర మీ పేరు వినినతోడనే మఱియొక లాగు తోఁచు నని నే నూహించుచున్నాఁడను. కావున మీ రీయప్రస్తుతప్రశంసతో మన కేమి పని యనియుపేక్షింపక సాంతముగ నీ గ్రంథమును జదివి దీనికి నామము సార్థకముగ నున్నదో లేదో నిశ్చయింపుఁడు. మన దేశమున ననేకస్థలములయందు విద్యార్థు లనేకు లున్నారు. వీరిలోఁ గొందఱు వ్యాకరణశాస్త్రమందును గొందఱు తర్కశాస్త్రమందును మఱికొందఱు మఱికొన్ని యితరశాస్త్రములందును, మఱియుఁ గొందఱు కవిత్వమందును గొందఱు భాషాంతరములయందును విశేష సామర్థ్యమును జెందియున్నారు. కాని సర్వేశ్వరుఁడు వీరి కిట్టి సామర్థ్యమును బ్రసాదించినందులకు దానిని దేశాభివృద్ధికిఁ గాని భాషాభివృద్ధికిఁ గాని వినియోగింపక „మేము గొప్పవారము మేము గొప్ప

వారే"మని వాదులాడుచుఁ దమ నిరుపమానపాండిత్యము నడవిఁ గాసిన వెన్నెలను జేయుచున్నారు. మనదేశమునఁ గల పండితు లందఱు నిట్లే యున్నారా? లేదు; లేదు. అక్కడక్కడ శాంతస్వభావు లగు కొందఱు మహానుభావులు లేకపోలేదు. వారు తమ సామర్థ్యానుసారముగ భాషాభివృద్ధికై పాటుపడకుండుటయు లేదు. తఱుచు గా వాదులాడు వారే యుండుట చేత "విద్యా వివాదాయ" యని పెద్దలు చెప్పిరి. పోనిండు ఎవ్వ రెట్లున్న నేమి యందురా? నేను చెప్పునది యప్రస్తుతప్రశంసయే యని మొట్టమొదటనే విన్నవించియున్నాను. కావున నా తప్పు క్షమింపుడు. ఎందులకీ పండితులకుఁ బరస్పరక్రోధములు? ఎందులకీ మహానుభావుల కన్యోన్యావమానములు? ఎందులకీ మనీషుల కహంభావములు? ఎందులకీ మహాత్ములకు దుర్వాదములు? దివాకర్ల తిరుపతిశాస్త్రి గారు ఓలేటి వేంకటరామశాస్త్రి గారికి రిజిస్టరునోటీసు నిచ్చుట యెందులకు? ది. తి. శాస్త్రిగారికి వేంకటరామశాస్త్రి గారికి నేమి సంబంధము గలదు? వీ రిరువురు దాయాదులా? కారు. వీరిరువురకును బరిచయ మైనఁ గలదా? లేదు. మఱి యింక రిజస్టరు నోటీసు నిచ్చుటకుఁ గల కారణ మేమి? మీ రింతకు మున్ను తిరుపతిశాస్త్రి గా రచ్చొత్తించిన లేఖను గాని వార్తాపత్రికలను గాని చదివి యున్నను మీ కది యంత విశ

దముగఁ దెలిసి యుండదు. కావున నేనా సమాచారమును స విస్తరముగ నిందు వ్రాయుచున్నాను. చిత్తగింపుఁడు.

తిరుపతివేంకట కవులను, వెంకటరామకృష్ణ కవులను మీ రింతకు ముందువిని యే యుందురు. ఈ కవిచతుష్టయము లో దివాకర్ల తిరుపతిశాస్త్రి గారు గాక తక్కిన మువ్వురును బంధుగులు. ఇంతే కాక వేంకటశాస్త్రి గారికిని వేంకటరామ శాస్త్రి గారికిని గొంచెము గురుశిష్యసంబంధము కూడఁ గలదు. కాలనిర్ణయమును నేను వివరముగ నెఱుఁగను. కాని యెడ్వర్డు చక్రవర్తి గారి పట్టాభిషేకమునకుఁ బూర్వము వేంకటశాస్త్రిగారి యొద్ద వేంకటరామశాస్త్రిగారు వ్యాకరణము ప్రారంభించి కొన్ని మాసములవఱకుఁ గౌముదిలో స్త్రీప్రత్యయాంతమే—ఎంతైన నేమి ? చదివిరి. వీరు వేంకటశాస్త్రిగారి యొద్దఁ జదువుకొన నారంభించుటకు ముందే కవిత్వలక్షణము నేర్చుటయుఁ గవిత్వము చెప్పుటయు నెల్ల రెఱుంగుదురు వేంకటశాస్త్రిగారు కూడ నే విషయమున మఱియొక విధముగఁ జెప్పెద రని యనుకొనను. వేంకటశాస్త్రిగారి యొద్దఁ జదువునపుడు వేంకటరామశాస్త్రిగారికిని ది॥ తి॥ శాస్త్రిగారికిని బరిచయము గలుగకుండునా యని మీకుఁ దోఁచవచ్చును. అప్పుడు తిరుపతివేంకటకవులు విడి చెఱియొక చోట నుండిరఁట. వేంకటశాస్త్రిగారు మాత్రమే సంచారముఁ జేయుచు

వచ్చిరఁట. కాన వీరిరువురకుఁ బరిచయము గలుగలేదు. చదువు నప్పుడే కాదు, వారి యొద్దఁ జదువ మానిన తరువాత నే కాదు, నేఁటి వఱకు వేంకటరామశాస్త్రి గారికి వేంకట శాస్త్రిగారి యెడఁ గల గౌరవము శ్లాఘనీయము. వేంకట శాస్త్రిగారికిఁ గూడ వీరి యెడఁ గల యనురాగ మట్టిదియే. కాని వేంకటరామశాస్త్రిగారు పీఠికాపురసంస్థానములోఁ బ్రవేశించిన తరువాత నది కొంచెము మాఱినది. దాని కొక కారణము గలదు. అది కూడ సవిస్తరముగ నిం దుదాహరింప వలసినదే.

వేంకటరామశాస్త్రి గారు కాకరపర్తిలోఁ జిన్నటి నాఁటినుండియుఁ జర్లనారాయణశాస్త్రి గారి యొద్దఁ గావ్య నాటకాలంకారగ్రంథములు లఘుకౌముదియుఁ జదివిరి. పిమ్మట వీరును నేను గలసి రచించిన గ్రంథములయందు గురుస్తుతిఁ జేయుపట్ల నారాయణశాస్త్రిగారినే స్తుతించుచు వచ్చితిమి. ఉభయులకుఁ గూడఁ దామే గురువులై విశేషకాలము విద్య నుపదేశించి మమ్ముఁ బ్రాజ్ఞుల నొనర్చిన నారాయణశాస్త్రి గారట్లు స్తుతింపఁబడుట యర్హమే. మేము పీఠికాపురసంస్థానమునఁ బ్రవేశింపక ముందే దమయంతీకల్యాణ మను శుద్ధాంధ్రప్రబంధమును వ్యాసాభ్యుదయ మను మిశ్రప్రబంధమును రచించి 1907 సం॥రమున దమయంతీకల్యాణమును 1908సం॥

రమున వ్యాసాభ్యుదయమును ప్రకటించితిమి. దమయంతీ కల్యాణమున వేంకటరామశాస్త్రి గారిచే నిట్లు గురుస్తుతి సేయఁబడి యున్నది.

క. కూరిమి మా యిరువురకుం
చేరిమి వేటుపుల బాసఁ జెంపను సత్తిన్
కూరిచిన యనఘు దొరవున్
నారాయణశాస్త్రిగురువు నా మదిఁ దలఁతున్.

అట్లే పీఠికాపురమునకు వచ్చినప్పుడు గూడ సభ్యులలో నెవ్వ రైన “మీ గురు వెవ్వ” రని యడిగిన పట్లఁ గాని గురుస్తుతి సేయు పట్లఁ గాని మేము నారాయణశాస్త్రిగారినే పేరుకొంటిమి. ఇదియే వేంకటశాస్త్రిగారికి వేంకటరామ శాస్త్రిగారి యెడ ననుగ్రహము తప్పుటకుఁ బ్రథమబీజము. 1907 సం॥రములోఁ బ్రకటించిన దమయంతీకల్యాణముసందును 1908 సం॥రమునఁ బ్రకటించిన వ్యాసాభ్యుదయమందును తమ్ము గురువు లని వ్రాయకున్నందులకు సహించిన వేంకటశాస్త్రిగారు 1909 సం॥రమున జరిగిన సభలోఁ జెప్పకుండుట కేల యాగ్రహించిరో ?

పిమ్మట వేంకటశాస్త్రిగారు ప్రస్తుతము తాము తెలుగు టీచరు గా నున్న హైస్కూలుకు సెలవు లిచ్చిన తోడనే బందరునుండి “నేను వేంకటరామశాస్త్రికి గురుఁడను ! గురుఁ

దను!!" అనుచు వచ్చి వేంకటరామశాస్త్రిగారిని గలసికొని "నీవుపీఠికాపురసంస్థానమున నవధానములు సేసినప్పుడు నన్ను గురువుగా నేల చెప్పలేదు?" అని యిట్లాగ్రహమును సూచించుచుఁ గొన్ని ప్రశ్నలు వేయఁగా వేంకటరామశాస్త్రి గారు "మీరును నాకు గురువు లే యిఁక ముందు బేర్కొనఁ గూడదా" యని చెప్పి వారిని శాంతింపఁ జేసిరి. కాని హృదయమున మాత్ర మాకళంక మొకకొంత మిగిలియున్నది కాఁబోలు! వేంకటశాస్త్రిగారు వేంకటరామకృష్ణకవుల యవధానములు మా యవధానములవంటివి కా వనియు వీరి కవిత్వము మాకవిత్వమువలె సరసముగ నుండ దనియుఁ బాదక్రమంబునఁ జేయు శతావధానమునకు వీ రెవ్వియు మార్పులు గల్గించి రనియు జెప్పుచు వచ్చిరఁట. ఆమాటలను మేము కొందఱి వలన విని సౌమ్యసంవత్సరమున విజయదశమిపండుగులలో శ్రీ శ్రీ శ్రీ రాజావారిని గోరి పదిగంటలలోఁ బాదక్రమంబునఁ జేయు శతావధానమును సంపూర్ణజయప్రదముగ నొనరించితిమి. కవిత్వసారస్యవిషయమా? "లోకోభిన్నరుచిః" కావున నేను జెప్పుటకంటె మీరు నిర్ణయించుకొనుట మంచిది.

అది యట్లుండ నీ మధ్యకాలములో నొక యాశ్వారవేరు బయలు దేఱినది. ఈ యాశ్వారవేరుమూలమున నే వీరి క్రోధ

లతాంకూరము లుద్భవించి కర్ణేజపవచనామృతసేకంబున దిన దినప్రవృద్ధంబులై యిప్పటికి పలుగడల నల్లికొనినవి. ఈ యీశ్వరనే రేస్థలమున నే విధముగాఁ బుట్టినదో నిజముఁ దెలియవలయునని ప్రయత్నము సేయఁగా వేంకటశాస్త్రిగారికి నివాసస్థల మైనట్టియు వేంకటరామశాస్త్రి గారి గ్రామమున కనతిదూరమున నున్నట్టియు "ఇంజర" మను గ్రామమున నొకప్పు డొకచోట బ్రాహ్మణసంతర్పణము జరిగెన దనియు భోజనసమయమున నుబుసు పోక యెవ్వరో వేంకటరామకృష్ణ కవులు తిరుపతివేంకటకవులకుఁ జాల రనియు మఱియుఁ బెక్కు గతుల నిందించుటయును, కొందఱు వారి సంభాషణము శ్రుతికటువుగ నుండుటచేఁ దిరుపతి వేంకటకవులకు వేంకటరామకృష్ణకవు లీశ్వరవేరులవంటివారని వాక్రుచ్చిరనియుఁ దెలియ వచ్చినది.

తరువాత మఱికొంత కాలమునకు వేంకటశాస్త్రి గారు కార్యాంతరముచే "నింజర" గ్రామమునకు వచ్చినప్పుడు వారి యనుగ్రహము సంపాదింపఁ దలఁచి యెవ్వరో కలియుగనారదులు పైసమాచారము నంతయు మాఱుపఱిచి వేంకటరామశాస్త్రిగారు స్వయముగఁ దిరుపతివేంకటకవులకు మే మీశ్వరవేరుల మని పల్కినట్లు చెప్పిరి. ఈకలహాశనుల మాట వేంకటశాస్త్రిగారి హృదయమున రగులుచున్న క్రోధాగ్నిహోత్ర

మునకుఁ బూర్వాభ్యాతి వైనది. ఇందుఁ గొండెము సెప్పిన వారి తప్పేమియు లేదు. ప్రతిపక్షల మున్నను లేక పోయినను వారి కల్లు కొండెములు సెప్పుట స్వభావము. వృశ్చిక మేమి ఫలము నపేక్షించి కుట్టుచున్నది? పండితు లై యుక్తాయుక్తముల నెఱిఁగిన వేంకటరామశాస్త్రిగారి సత్స్వభావమును దెలిసియున్న వేంకటశాస్త్రి గారు కొండెగాండ్ర మాటలకుఁ జెవి యొగ్గుట యద్భుతము! మొట్టమొదల ననఁగా గురుత్వవివాదకాలమున మీకుఁ గొండెకాండ్రు చెప్పిన మాటలు విశ్వసింపఁ దగ వని వేంకటరామశాస్త్రిగారు చెప్పిన వచనముల నైనఁ దలఁచి కొనఁ గూడదా? మొదటకతిగనే వేంకటరామశాస్త్రిగారిని గలసికొని మీకు మమ్మిట్లనుటకుఁ గారణ మేమని యడిగినచో నిజము తమకు బోధపడకుండునా? తమ కంత తీరిక లేనిచో నొకకాగ్దము వ్రాసిన దానికి సరి యైన ప్రత్యుత్తరము రాకుండునా? అట్లౌను గాని యీ కలహమున వేంకటశాస్త్రి గారి కేమి సంబంధము గలదు? వీరి నిట్లు ప్రధానులఁ జేయవలసిన పనియేమి? అని మీకుఁ దోఁచవచ్చును కాని దీని కంతకును ప్రోత్సాహకర్తలు వేంకటశాస్త్రిగారే యని యూహించుట కవకాశము గలదు. ఒక్క ప్రోత్సాహకర్త లే యన నేల? ప్రప్రథమమున జరిగిన సమాచారమంతయు వేంకటశాస్త్రిగారి చేతి మీఁద నే జరిగినట్లు తోఁచుచున్నది. మఱి

యింకఁ దిరుపతిశాస్త్రిగారి పే రేల పెట్టి రందురా? వేంకట శాస్త్రిగారికిని మాకును బంధుత్వము గలదని యిదివఱకే చెప్పియున్నాను ఆ మోమోట మేమైనఁ గలదేమో? తిరుపతిశాస్త్రిగారు వేంకటశాస్త్రిగారి కన్న శాంతస్వభావము గలవారని కొంద ఱందురు. కాని యేకారణముచేతనో యీవిషయమున వేంకటశాస్త్రిగారిని శాంతింపఁ జేయ రైరి. ఒకవేళ నట్లు చేసినను వారి కా శాంతవచనములు పనికి రాకపోయెనేమో? అచ్చటి సమాచారములు నా కెట్లు తెలియును? దీనికి మఱియు నితరకారణము లెన్ని యున్నవో? ప్రోత్సాహకు లెంద ఱెంద ఱున్నారో? ఈ విషయ మింతటితోఁ గట్టిపెట్టి యింక రిజిష్టరునోటీసు సమాచార మందుకొందము.

ప్రప్రథమమున “మహారాజశ్రీ ఓలేటి వేంకటరామయ్యగారికి రవానా, పిఠాపురము. శతావధాని దివాకర్ల తిరుపతి శాస్త్రి యొద్ద నుండి” అను విలాసమును వ్రాసి నోటీసును బంపించితి. దానిని వేంకటరామశాస్త్రి గారు త్రిప్పి వేసిరి. అట్లు త్రిప్పి వేయుటకుఁ గారణము మీ కీ చిరునామను బట్టియే యూహింపవచ్చును. ఇంతకు మున్ను పరిచయము గాని బంధుత్వముగాని లేని ది. తి. శాస్త్రిగారును వేంకటరామశాస్త్రిగారును జాబులు వ్రాసికొను నప్పుడు గౌరవమును సూచించు విలాసములు వ్రాయవలయుఁ గాని వేంకటరామ

శాస్త్రిగారి పేరు వేంకటరామయ్యగా రనియు, తిరుప శాస్త్రిగారి పేరు తిరుపతయ్యగా రనియు మార్చి వ్రాయుట యుక్తమా ? అట్లు వ్రాసినప్పుడు దు. తి. శాస్త్రిగారి నోటీసు నెట్లందుకొందురు ? రిజస్టరు నోటీసును రసీదు మీఁద చేవ్రాలు లేకుండఁ దీసికొనుటకుఁ బత్రికాప్రేషకసంఘము వారొప్పుకొనరు. పుచ్చుకొనవలెనని నోటీసు మీఁద వ్రాసిన చొప్పుననే వ్రాయవలయును గాని మఱియొక రీతిగాఁ జేయ వలనుపడదు. దీనిని బట్టి చూడఁగా వేంకటరామశాస్త్రిగా రెట్లయినను నోటీసుఁ ద్రిప్పివేయవలయునని యే తిరుపతిశాస్త్రిగారట్లు వ్రాసి రని వెల్లడియగుచున్నది. అట్లు త్రిప్పివేయుటఁ దమకు వారు నేర్చిరని ప్రచురించుకొనుటకుఁ గాఁబోలును ? తరువాత నా నోటీసులోని సంగతులు వార్తాపత్రికలయందు వారిచేఁ బ్రకటింపఁబడినవి. మఱికొంతకాలమునకు 8 పుటలు గల యొక లేఖను వారే ప్రచురించిరి. నిష్పక్షపాతబుద్ధితో నా లేఖను విమర్శించి చూతము.

,,ఆప్తులారా! ప్రస్తుతకాలమునఁ బిఠాపురసంస్థానమున నుండి శతావధానులమని పేరుపెట్టుకొనినవారిలో నొకరిపేర రిజస్టరులెటరు వ్రాసి వారు త్రిప్పివేయుటంజేసి యదిపత్రికాముఖంబున బ్రకటించితిని. పిదప వారుదానికి సమాధానమని చాటుగాఁ బ్రచురించిన పద్యము లొకమిత్రునివలన నాకు

లభించి మఱలఁ బ్రత్యుత్తరము రిజస్ట్రరుచేసి పంపితిని. అదియును వారు త్రిప్పివేసిరి. ఈవిషయమెల్ల సజ్జనులకుం దెలియుటకై పత్రికాముఖమునఁ బ్రకటించుచున్నాను.

ది. తి. శాస్త్రి.”

వింటిరా ? వేంకటరామకృష్ణ కవులు శతావధానులని పేరు పెట్టుకొన్నవారఁట ! తిరుపతివేంకట కవులకు శతావధానులను పేరు పుట్టువుతోడనే మొలచినది కాఁబోలు ! ఔ నది నిజమే. నాలుగు గంటలలో నత్యద్భుతశతావధానమును పదిగంటలలోఁ జెఱియొకపాదమును జెప్పు శతావధానమును గంటలో నూఱుపద్యములను జేసి యున్నవార మే యైనను మేము శతావధానులను పేరును దిరుపతివేంకట కవులకే వదలివేయుట మంచిది. ఈశతావధానబిరుదము వారికి మాత్ర మెందులకు ? వారికి మాత్రము బిరుదులు లేవా యేమి ? కింకవీంద్రఘటాపంచానన, విద్వత్కవి, బాలకళానిధి, బాలసరస్వతి, ఒకటి-రెండు-మూఁడు-నాలుగు- ఓహో ! ఇన్ని బిరుదులు గలవు. ఔను గాని వీరు సందర్శించిన నానారాజులలో నే రాజు కర్పూరతాంబూలం బొసంగి వీరికి బిరుదముల నొసంగినాఁడో ? చదువరులారా ! మీరును నావలెనే సందేహింపకుఁడు. మీ కేతద్విషయికము లగు గాథలు కూరల

గంపలోఁ గానవచ్చును. అంతవఱకు మాత్రము తొందర పడకుఁడు. మీ కీమాట నమ్మకముగ లేదా? పోనిండు. ఒకరిచ్చువారు నౌకరు ధరించువారునా? “శాస్త్రిగారూ! మీ కీ కుండలము లెవరు వేసినారండీ” యని యడిగిన “మా ప్రత్తి చేనే మా కిచ్చినది. ఒక రిచ్చువారును నేను పుచ్చుకొను వాఁడను నా?” యను నామెతగా వారి కలమే వారి కా బిరుదముల నిచ్చినది. ఇట్లనిన మీకు సంతోషముగ నున్నది కద! సరే! ఇఁక రండు.

మహారాజశ్రీ ఓలేటి వెంకటరామయ్యగారికి.

అయ్యా!

మీరందఱుం దిరుపతి వేంకటేశ్వరకవులకు వేంకటరామరామకృష్ణకవు లీశ్వరవేరులని తఱచు వాగ్వ్యయము గావించినట్లు వినుచున్నాము. మీవాదము మీరుస్థిరపఱచుకొనఁ దలఁచితిరేని దానికిందగిన ప్రయత్నము మీరు కావించి మమ్ము సభకు రప్పింపుఁడు. లేదా మేము కావించి మిమ్ము సభకు రప్పించెదము రండు. ఈశ్వరవేరులో జీలుగుబెండ్లో విద్వల్లోకమే నిర్ణయించెడిగాత!

ఉ. ఆశుకవిత్వమందున జ • యంబు వహింతురొ? శబ్దశాస్త్రమం
దాశ వహింతురో? మఱియు • నద్భుతరీతి శతావధాన ఘం
టాశతపద్యకల్పనల • యందు వహింతురొ? యీ సభార్థ మే
దేశము మీకు సమ్మత మొ• తెల్పుఁడు సల్పుఁడు తత్ప్రయత్నముల్.

చ. ఒకరొకఁడుగూపకూపనగరి • నుండి ప్రసల్కుచులాడుచుండు వే
లకు మఱి వేల్పుర్వులగలరి • లాతలమెందుకనైనఁ జూచి కీ
ర్తికో యపకీర్తికో తగిన • కీర్తి సమార్జన సేయుటొప్పు; నూ
రక తగనుండుటొప్పదె భ • రంబగుపూనిక లేకయుండినన్.

మ. గురువో శిష్యుఁడొ మీరుఁ దానసుంచేఁ • గోపంబుమా వేంకటే
శ్వరుఁ డిప్పట్లు వహింపఁడే రమ్యాని కె • వ్వారెట్టివారైన నె
వ్వరు శాంతంబు వహించియున్నను వృథా • పాత్రగల్పృదుర్వ్యపషి
భరముండిట్లతిమైచునే? కవులు నే • వానందురే? చెప్పినన్.

చ. కలిపంపూర్తిఁజెందె; నవి • గన్పడు విష్ణుపురాణమందు గు
ర్తులు సకలంబునయ్యావిరియె • తోఁచెడు నెల్లెడ; శిష్యుఁడెవఁడు? భూ
స్థలి గురువెవఁడు? యింకనన్ను • తంబుఁగృతఘ్నత రెండుమాత్రమే
బలముగనూని యెల్లరును • వర్తిలవచ్చు యథేష్టరీతిగన్.

కాకినాడ. 15-6-10. చిత్తగించవలెను.

ఇందు గద్యము లో నసంప్రేక్ష్యకారిత్వము! మొదటి పద్యములో వీరాలాపములు! రెండవ పద్యమునందుఁ బరనింద! మూఁడవ పద్యములో నాత్మస్తుతి! నాల్గవ పద్యమునందు శ్రీరంగనీతులు! గల వని యెల్లరును సులభముగా దెలిసికొన వచ్చును. కావున నీ యుత్తరమునకుఁ "ప్రత్యుత్తర మనిఁ చాటుగా వేంకటరామకృష్ణకవులు ప్రచురించిన పద్యములు" అను శీర్షికతో వారు ప్రకటించిన కొన్ని పద్యములను, ఆపద్యములకు మఱల వారు వ్రాసిన ప్రత్యుత్తరమును వానికిఁ గల తారతమ్యమును బరీక్షింతము.

తిరుపతిశాస్త్రి గా అర్ధానుస్వారయుక్తముగ సుం చాటు శబ్దమును బ్రయోగించి మాకు వెఱచి వారు రహస్యముగఁ బద్యములఁ బ్రకటించి రని సంతసించుచున్నారు. సంతసింప సిందు ఇవి వారి కంపినవో « తిరుపతయ్యగారికి » యని వ్రాయవలసి యుండును గదా! అట్లు వ్రాసి యాయన మనసుఁ జిన్నబుచ్చుట మనకు ధర్మము గా దను తలంపుతోఁ బత్రికాముఖము కన్న వేయిమడుంగులు మిన్న యనఁ దగు ప్రజాముఖంబునఁ బ్రకటించిన పద్యములు చాటుపద్యములా? రిజిస్టరున కై మూఁడణాలు ఖర్చు పెట్టుక పోయిన మాత్రమునఁ జాటుపద్యములా? కానిండు. నిజము గా నవి చాటుపద్యము లే.

(మనోహరము లగు పద్యములు, నిజమును జాటించు పద్యములు) పండితు లట్లే యర్థముఁ జేసికొనుచున్నారు. మొదటిపత్త్రమునకీపద్యము సమాధానము గా నున్నది.

ఉ. మా కవితావిశేషములు • మానసవీథుల సంచరింప నీ
కే! కవిభోగిభోగముల • కీశ్వరవేదు లటంచుఁ గ్రొంద ఱీ
లోకులు పలుకచంద్రుదు గుణ • లుబ్ధులు గావున; మీరు చెప్పుటో
గాకవికావపాత్రల మొ • గంబులు మాయఁగ జెల్లు బెంగ్ల మే.

చదువరులారా! ఈపద్యమున కభిప్రాయ మేమి? మా కవిత్వమును విని సంతసించి కొందఱు లోకులు వేంకట

రామకృష్ణకవులు "దుష్టకవులను సర్పములఁ దంబులు వంచు
కొనఁ జేయ పేశ్వరవేరుల వంటివా" రని పొగడుచున్నారు
గాని మే మన తే దనియు మీరు విపర్యరణముగా మమ్ము
జీల్గుబెం డ్లని నిందించుచున్నారు ; కానఁ గురుకవులను గాజు
బుడ్లు మొగ్గనులు మూయుటకు మేము జీల్గుబెండ్ల వంటివార
మే యని యు గదా దీని యభిప్రాయము. ఇం దేమైన ను
తిరుపతివేంకట కవుల నిందయున్నదా ? దీనికి ముఘల వారు
ప్రత్యుత్తరము వ్రాయవలసిన యవసర మున్నదా ! చూడుఁడు.
డి. శి. శాస్త్రిగారు గురుకవులఁ దామే యని భావించుకొని
దీని కెన్ని పద్యములు వ్రాసినారో :

క. లోకుల నుచున్న వారికి
వాకొనమి కేల గొంకు ♦ వాటిల్లదొకో
లోకుల ని మీరు వ్రాయుం
డేఁకువ యొం గానిపత్ర ♦ తింపుటగాదే.

క. విను జీలుగు బెండ్లని మి
మ్మనలేదే మేము విద్వ ♦ దవతంసులనై
నుతిచితి మాహారమ్మును
గనుఁగొనఁగాలేక పట్టి ♦ కాప్లకూడదే !

ఉ. బెండ్లమనంగ నాదుకు ; క ♦ ది ప్రాకరంబునకెల్ల మానుతే
బెండ్లకునైనఁ గాఁగలదె ♦ యాధ్వర వేదులు ; తాలకుండునే
పండ్లటులన్న నో ; సుఖము ♦ పల్కుము పెండ్లికుమారుఁడాయు నక్క
బెండ్లికి వచ్చు నెల్లరును ♦ బెండ్లములన్న చింతించి కేకదా !

ఉ. మీకవితామహత్త్వమది • మీకులవృద్ధుఁడు మెచ్చుఁగాక తా
నేకతమందు మిమ్ముఁగని • యీశ్వరవేర్లరవెచ్చుఁగాక చూ
హా! కడువింతలోకులెవ • రాడిరి నీవనృతంబులాడె నే
కాకవి వేపపండ్లుతినుఁ • గాకవి గాకవి యొక్షుతిందురే!

ఉ. కాకవి కాచపాత్రల మొ • గంబునఁబమూనెప జీలుబెండ్లకు
జేసులుసె సభాస్థితియుఁ • జేసులుఁగాక దికద్రసంబులం
గెకొను వేళ నాకట్టకడ • గాఁ బడనైవరె; పస్తుపస్తినఁ
మేసిగించిలాగి బలి • మింబలుముక్కలు సెయుకుందునే!

ఉ. ఒకడకేగిచూచె మతి • యోనరవాలుర మానసంబులన్
మీకవితావమూంకికర • మింపఁగఁ జేసెరసజ్ఞులైన రమే
లోకులు కూడియున్న సభ • లోన నిరర్థళమాఘరేపకి
చాకసురానటించెను ప్ర • పంచకమెల్లఁ బిరాపురంబుకో!

ఔరా! వి. కి. శాస్త్రిగారి సాహసము! పరసంభాషణము! సందర్భశుద్ధి! సమయస్ఫూర్తి! సర్వతోముఖపాండిత్యము! ఒకవేళ నీ పద్యములు వేంకటశాస్త్రిగారు రచించినవేమో? అట్లయిన నీ పొగడ్త యంతయు వారికే! ఎవరు రచించిన వారినే పొగడుచున్నాడను! ఇక్కడ నీ పద్యములు రచియించిన వారి నెంతో యైనఁ బొగడవలసియే యున్నది. కాని గ్రంథవిస్తరభీతి చే నది యింతటఁ జాలించి ప్రస్తుతాంశమును జూతము.

«లోకు లనుచున్న వా రని చెప్పుటకు మీ రేల సందేహింపరు? లోకుల మీఁదఁ బెట్టి మీరు వ్రాయుటచే

దానిని సమ్మతించుట గాదా? కావున దానిని మీ రనినట్లే మేము తలంచెద" మని మొదటి పద్యమున కభిప్రాయము.

"మేము మిమ్ము బలుగుబెండ్లని యన లేదే! ఆభారము నంతయుఁ బండితశేఖరులయందుఁ బెట్టినారము. మీరా సంగతిని గ్రహింపక మమ్మూరక యేల నిందించెదరు?" అని రెండవపద్యమున కభిప్రాయము.

కంటిరా? మేము లోకులనుచున్నారని యనఁగా లోకుల మీఁదఁ బెట్టి మేమేయనినట్లఁట! మీరు పండితుల మీఁద నా భారము వైచినార మనఁగాఁ బండితులమీఁదఁ బెట్టి మీ రనినట్లు కాదఁట! వారి లోకనీతి! మా లోక నీతి! ఆహా! ఏమిసంబద్ధశుద్ధి!

"మీరు "పెండ్లము" అని చెప్పుకొన వచ్చును గాని యూర్వ్యోరవేరుల మని యనఁ గూడదు సుఁడీ! సంస్లానుసు." అను నది మూఁడవపద్యములోని సారాంశము.

వింటిరా? సరససంభాషణము! పోనిండు మమ్ము నిష్కారణముగ వారు నిందించి రని భావింప రాదు. "కింకర పింద్రఘుటాపంచాననబిరుదమును మేము ధరించి నప్పుడు మా కిట్టిగౌరవమే జరిగినది; కావున మీ రిట్టి చేసిపోని బిరుదములు వేసి కొనకుఁడు! పెద్దవార మగుటచే ననుభవసిద్ధముగా

మీకుఁ జెప్పుచున్నాము." అని యకారణకారుణికత్వముతో నిది మాకు వారు సేసిన హితోపదేశము.

"మీ కవిత్వమును మీ కులవృద్ధుఁడు మెచ్చుకొనును గాని మఱి యెవ్వరును మెచ్చుకొనరు". అని నాలుగవపద్యమునం దున్నది.

డి. తి. శాస్త్రిగారూ! దీనికి మేము మఱల సమాధానము "మీ కవిత్వమును జూచి మీ ముత్తవ్వ మెచ్చుకొనవలయును గాని మఱియెవ్వరును మెచ్చుకొనరు" అని యెకదా వ్రాయవలసి యున్నది? చాలు! చాలు! ఇదియా? మీ సమయస్ఫూర్తి! "నోరు మూసినచో జీలుగుబెండ్లను దీసి పారవేయుమా?" అను యుక్తిరాజము నైదవపద్యము చెప్పుచున్నది. నోరు మూసిన పిదప నేమి చేసినను ఫలము లేదు. ఇది యొక సర్వతోముఖపాండిత్యము!

"మీ కవితావధూటిక యెవరిని మెప్పించినది? ఏ రసజ్ఞుల సభలో నటించినది? ప్రపంచ మంతయుఁ బిఠాపురమేనా?" అని యాఱవపద్యమున వ్రాసి యున్నారు.

మే మాంధ్రదేశమున కాభరణం బనఁ దగు పీఠికాపురంబున శ్రీ శ్రీ శ్రీ రాజావారి సభలోఁ బలువురు పండితుల సమక్షమున నింతవఱ కెనిమిది సారు లవధానములు చేసినారము. విజయదశమీపండువులలోఁ దమతమ వార్షికములు

స్వీకరింపను, నూత్న బహుమానములు వడయను, నానాదిక్కు లనుండి వచ్చిన పండితాగ్రేసరు లనేకులు మాశతావధానమును గని సంతసించి యున్నారు. ఏ కందము రసజ్ఞ శ్రేష్ఠా రా ! మఱి యింకఁ బల్లెలలోను బడులలోను జేసిన సభ లెస్సా రసజ్ఞుల సభలు ! ఔరా ! ఎంత సాహసము !

1,2 పద్దెముల కీ క్రింది పద్య ముత్తరముగా నున్నది.

శా. చూడం జాలక కూపకూర్మము లటంచున్ మమ్ము నిందించె దే
వాడన్ గర్వోన్నతిం బరించుమను గర్వస్ఫూర్తి భాషించుచున్
వీడం బోవక వెంటవెంటఁ జనుచున్ వేయిండ్లపూజారి యా
వాఁడా నీకు ఘనుండు చాలు నిది ; దుర్వాదంబు లిం కేటికిన్ ?.

మమ్ము కూపకూర్మము లని నిందించినప్పుడు „నీవే కూపకూర్మమవు ; నీవే కూపమండూకమవు ; నీవే వేయిళ్ళ పూజారివి ” అని మీఁదఁ బడక „విచారింపకుండ మమ్ముల కూపకూర్మము లనియెవరు? ఏపల్లెటూరిలోఁ జూచినను గరువపు మాట లాడుచు వల దనినను వినక పద్దెములఁ జదువుచు వేయిళ్ళపూజారి యై తిరుగువాఁడు ఘనుఁడా ?” అని యడిగితిమి. మఱియు మన మీ విషయమై యొకరితో నొకరు మాటాడుకొని యథార్థమును దెలిసికొనక మును పే యిట్లు తిట్టుకొనుచున్నార మిది చాలదా ? ఇంకను దుర్వాదము చేయవలయునా ?” యని మొదటిపద్దెమునకును సమాధాన మిచ్చితిమి. మఱియు :—

ఉ. తిట్టె పవిత్రతఁ గైకొన మ • దిం దలపోసితి వాక్కుఁ? లేనిచో
నిట్టు తెగించి తిట్టుదువె? • యీ కవి రాక్షసవృత్తిఁ గైకొనం
గిట్టిదు మాకు; మాటికిని • గేకలు వైచెద వేల ? యంతగా
దట్టుఁడ వైన నీకుఁ దగు • తజ్ఞులలో నది సూప రాదొకో!

అను మఱియొక యర్థము గూడ నిందుఁ గలదు.

దీనికి ది. తి. శాస్త్రిగా రెట్లు ప్రత్యుత్తరము వ్రాసిరో చదువుదము.

శా. చూడంజాలని దేది? భూపతుల మెచ్చుల్ జూడఁగా లేనా? యే
జాడం ద్వద్విచిత్రప్రబంధ పరిభాషల్ చూడఁగా లేనా? యే
వాఁడున్నేసి శతావధానకలతా వల్లి నవాంకూరముల్
చూడంజాలనొ? నీకుఁ గల్గుసిరి హెచ్చుల్ చూడఁగాఁజాలనో!

క. సభకుఁ బిలిపించిన మె
మభయంబున వత్తుమంటి మనగా దే మా
సభకున్ రమ్మంటిమి యీ
యుభయంబున కీసంగు నుత్తరమేది ?

గీ. కూపకూర్మమటంచుఁ బేర్కొనుట తప్పు
కూపమందున్న కూర్మంబు కూయదెందు;
నరయ కెంతయు బకబక మనెడు కతనఁ
గూపమండూకమనుచుఁ బేర్కొనఁగవలయు.

ఉ. గాడిదె కూతకుం బ్రతిగఁ గర్ణకఠోరము గాఁగ నుండి యే
వాడకుఁ బోయినన్ వెడువారు లభింపని కైతమల్లునాఁ
డేడకుఁ బోవ నేమి యగు ? నెక్కడ కేగిన రండలుండుఁ గాం
డాడుచు వీనులార వినునట్లు కవిత్వము చెప్పనొప్పదే ?

చ. గరువము మాటలందుఁ జెలఁగన్ జగమెల్లఁ జరింపఁజాలు ద్రి
వ్వరితన మేకవీంద్రులకు సైకొనఁజాలు నిరర్గళాద్భుతా
కర రసపుంజమంజుల వికస్వర చారుకథాసుధా ధురం
ధర బహుళప్రబంధ కవితావనితా చతురోక్తి లేనిచోన్.

గీ. శక్తిగల్గియు లోకంబు శాస్త్రచయము
గావ్యములు చూచి కాంచిన కౌశలంబు
లేనివాఁడెను పో కవి కానివాఁడు
కవికి దేశాటనంబొక్క కానిపనియె?.

ఇందు మొదటిపద్దెమును దా మేమి చూచి సహింప లేకుండిరో యది యెల్ల స్పష్టపఱుపఁ బడినది.

రెండవ పద్యమును "దుర్వాదంబు లిం కేటికిన్" అను వాక్యమునకుఁ గ్రోధావేశముచే నర్థముఁ దెలిసికొనక వ్రాసిరి.

చదువరులారా! మూఁడు నాల్గు పద్యముల నెవ్వరి సమన్వయింతము? కేవలకవితా మాధుర్యమే కాక కంఠమాధుర్యమును గప్పకూఁతవలెను గాకిదకూఁతవలెను గర్వకఠోరముగా నే నలుగురిలో నెవ్వరికిఁ గలదో వారికి సమన్వయించుట ధర్మము.

అయిదవపద్యము కవులు ముఖ్యముగా గర్వము సంపాదింప వలయు నని బోధించుచున్నది. నే నిదివఱకుఁ గవులకు వినయమే యలంకార మనుకొనుచున్నాను. అది కాదా? అట్లయిన ది. తి. శాస్త్రిగారు! మీ గర్వమును వృద్ధి సేసికొనుఁడు. కాని పరులకు మాత్ర మిట్లు బోధింపకుఁడు.

ఆఱవపద్యములోని యభిప్రాయము సర్వసమ్మత మైనది. కాని దేశాటనముసేయుట ప్రధానము గదా యని యొక మహారాజు నాశ్రయించి యుండుట దోషము గాఁ దలఁపఁ గూడ దని మాత్రము శేషమును బూరించితిము.

3,4 పద్యముల కీ పద్యములు సమాధాన మిచ్చుచున్నవి.

చ. గురు వని శిష్యుఁ డందు నొక కొంచె చమత్కృతిఁ జూపి వేంకటే
శ్వరుఁడు సహించెఁ గాని యిఁక సైపఁడు తిర్పతి యంచుఁ బల్కె డీ
వరయిక వేంకటేశ్వరుని యాదరణంబునఁ గాక తీర్థికన్
దిరుపతి మార్గ మిట్టి దని తెల్ప నెఱుంగ నెవండు గోరెడున్ ?

ఉ. అర్చకు లేమి సేయఁ గల రంచుఁ దలంచితి వేమొ ? యి ట్లసం
దర్భము లైన మాటల యథార్థము లంచుఁ దలంప కెంతయున్
నిర్భయవృత్తిఁ బల్కెదు మనీషులు నవ్వ నసహ్యకల్పనా
గర్భితవాక్యసంపదలు గల్లవె ? మాకును జెల్లడింపఁగన్.

చ. చరలకులాబ్ధిచంద్రు కడఁ జాలఁ ఒరించితిఁ గాన సత్సభాం
తరముల నాతనిం బొగడఁ దప్పె ? తలంపఁగ నంతమాత్ర నా
కొరుఁడు గురుండు గాఁడె ? యిటులుండఁ గృతఘ్నతయుం మఁబల్కఁగా
గురుధనముల్ హరించితినె ? కూళతనంబున నేను తిర్పతీ.

చ. విడివడి మాటిమాటికిని విష్ణుపురాణకథాప్రసంగముల్
దడవెదు నన్ను మాఱుటకుఁ దత్పరతం గురుఁ డాతఁ డంచు నే

నాడువక యున్న శిష్యుఁడ? నూటికిఁ గోటికిఁ గూడ నీవు చె
ప్పెడు నది చాలదె విని పిన్నలు పెద్దలు సంతసింపఁగన్.

వేంకటేశ్వరుఁడు సహించినను దిర్పతి సహింపఁడం దురే? తిరుపతిఖ్యాతికి గారణభూతుఁ డైన వేంకటేశ్వరుఁడే సహించిన యెడలఁ దిరుపతి సహింప కున్న నెవరు పాటింతు రనియు, బాలకులు వీ రేమి సేయఁగల రని తలంచిరి కాఁబోలు. లేకున్నచో దుర్వైదుష్షీభరము మొద లగు నిందోక్తులు మొట్టమొదటనే వ్రాసియుండరు. అవి కూడ మేము వ్రాయ నేర్చి యున్నార మే యనియు, విశేషముగాఁ జర్ల నారాయణ శాస్త్రి గారి యొద్దఁ జదువుకొంటిం గాన వారి నే గురువు లంటిని; అంతమాత్రమున నాకిఁక నెవ్వరును గురువులే కారా? ఒనమలు చెప్పిన వారును గురువులే. నే నేమైన గురుధనమును హరించిన వాఁడనా? నాయం దేల కృతఘ్నత నారోపించెద రనియు, విష్ణుపురాణములో నేదియో వ్రాసి యున్న దని నన్ను నిందింప నేల? నేను తత్పరత్వముచేత వేంకటశాస్త్రిగారు గురువు లని చెప్ప కున్నను (అనఁగాఁ బ్రధానోపాధ్యాయుఁ డని చెప్పకున్నను) మీరు చెప్పుకొను చున్నారు చాలదా? యనియు నీ పద్యములు నుడువు చున్నవి.

ఈ పద్యములకు ది. తి. శాస్త్రిగా రిట్లు బదులు వ్రాసిరి.

చ. తిరుపతిచేతవచ్చెనా యతిప్రతిభా మహిమంబు వేంకటే
శ్వరునకు వేంకటేశ్వరునివల్లనె చెందెనా యామహాత్మ్యముల్
తిరుపతి తద్వివేకము నిలింపులు సైత మెఱుంగరింతకుం
దరుపతి వేంకటేశ్వరుల తేకువఁగా కవులందనేర్తురే!

చ. తిరుపతి మార్గమిట్టిదని తెల్పిరొ యుంటెని చాలియున్నచో
జరపుఁడు తత్ప్రచారములు చాలకయుండిన మూలనుండుఁ దై
వ్వరుఁ గనకుండఁ జాఁటుగను బద్యములంపెద రేమిలాభమే
పరసులు మెత్తు రకుటిల చారపుఁజేఁతలు రచ్చకెక్కునా.

ఉ. అక్కఱ లేమిసేయఁగల రంచుఁ దలంచితి వన్నమాట సం
దర్భము లేని దర్పకపదంబు వయస్సున మీకుఁ జెల్లునే
యస్పతుఁగన్న వారలెటు లాదురు చెప్పు చెప్పు డిం
కర్భకులెందు నోకవిత యందునా? యింకొకదానియందునో ?

చ. అనృతముగాని మేమనిన యట్టిప్రసంగము గాదటంటిరా
వినిన మహాత్ములేమయిరి వీనులు సూడిన భంగివారు కా
దనిన నిజంబునే యనృతమాడినవాఁడ నిజంబటన్న నే
యనువున నీకృతఘ్న బిరుదాంకము వాయునొ రామచెప్పుమా !.

చ. మఱచితివేమొ యెంతమతి మాలిన మానిసివైతి వయ్యొ శం .
కరునిగృహంబునన్ ఋణముగాఁగొని కాకరపర్తివాసు లె
వ్వరో భవగుత్తమన్నలకుఁ బ్రాతఋణంబులు దీర్చుకొంటివే
గురువగు వేంకటేశ్వరునకున్ మఱితద్ధన మీవొసంగితే ?!

. గురుధనముకై హరించితిని కూళకృష్ణుఁడ వంచనో
గురువుగఁ జెప్పుకొంటయును గూడదటంటివొ లేమ లేరొ
క్షరమె యొసంగ నీవనఁగ గౌరవపాత్రుని వద్ద నొకచో
గురువుగఁ జెప్పుకోని చెడుకూళఁ గృతఘ్నుని గాఁగ నెంచి
వ్యాకరణంబుఁ జెప్పినది యించుక పోయినఁ బోవుఁగా
కేకపినాము మయ్యనఘుఁ డేకద పెట్టినదంతఁ బోక తా
నేకపకెగెఁ జున్నఁగాని నెఱచనె నచ్చటి కట్టివాని సు
శ్లోకుస హార్థిఁ దిని విడిచి చోరుఁగతిన్ మలఁగంబడెమొకో !

ఇంజరంబొక సాక్షి యేనాము దా సాక్షి
పల్లెపాలెంబు దా నెల్లసాక్షి
యిపుడు నీవున్నట్టి యీ పిఠాపురి సాక్షి
యేలూరు సాక్షి నీ యిల్లు సాక్షి
వ్యాకరణవృత్తి శ్రీ భాష్యకారులు సాక్షి
మాజవిడామ చంద్రుండు సాక్షి
మంజువాణీ ప్రెస్సు మానెజరొక సాక్షి
శంకరుండాతని సాని సాక్షి
మధనపంతుల సూరయ్య బుధుఁడు సాక్షి
యియ్యనఘు నన్న సాక్షి సుబ్బయ్య గారు
సాక్షులున్నారు పద్యంబు చాలదింక
వేంకటేశ్వరు శిష్యుఁడనే నిజంబు.

వేంకటేశ్వరు పాదంబు వీడి పిదప
నెవని సేవించితివి చెప్పుమింత యేల
యే విషయ మీవు సాధించినావొ పిదప
వ్రాయుమా వేంకటేశ్వరు వరములాన.

(1) పద్యము. వారిలో నెవ్వరివలన నెవరికిఁ బేరువచ్చిన నో దేవతలకు నైతము తెలియదఁట! బ్రహ్మకైన భేదింప రాదఁట! పోనింక మన కెందులకు? వా రంత రహస్యముగాఁ గాపాడుకొను దానిని బైటఁబెట్ట రాదు.

(2) పద్యము. ఈ విషయమై చాలఁగఁ బ్రచురించిన యను చోట విస్తరించి వ్రాసియున్నాను.

(3) పద్యము. తలలు నరసిన తాతలు తామే బాల కళానిధుల మనియు బాలకవుల మనియు వ్రాసికొనుచుండఁగ మే మర్భకుల మని చెప్పికొనఁ గూడదా? మఱియు "నర్భకులు కవిత యంటా?" యని ప్రశ్నించుచున్నారు. వారి బాలకళానిధిశబ్దమునకుఁ గూడ నర్థ మట్టిది యే కాఁబోలు!

(4) పద్యము మొదట నీ విచారము జరిగినచో బాగుండును. ఇప్పుడు మే మట్లంటి మని యొప్పుకొనుట యే సమంజసము గాఁ గన్పట్టుచున్నది.

(5) పద్యము "గురుధనమును హరించితిని" యనుచో గుమ్మడికాయల దొంగ యనఁగా నే బుజములు తడవుకొను వాని వలె * మఱియొక యర్థము చేసికొని దాని కనుగుణ

---

* బ్రహ్మయ్యశాస్త్రులుగారియొద్దఁ గొన్ని వందలు వి. తి. శా. గారప్పు గొనిరఁట. ఆయప్పు రాఁబట్ట నభియోగము కూడ జరిగినదఁట.

ముగ వేంకటరామశాస్త్రి గారి పై దోషారోపణము సేయు తలంపుతో నిది వ్రాయఁ బడినది. ఏలూరిలో మ. రా. రా. సోమంచి భీమశంకరము గారి యింట వేంకటశాస్త్రిగారియొద్దఁ జదువుకొను నప్పుడు వేంకటరామశాస్త్రిగారును వారితోఁ గొన్ని మాసము లుండిరఁట. అప్పుడు కాకరపర్తి గ్రామవాసులైన “ద్వి. బ్రహ్మానందశాస్త్రిగారు చ. సూర్యనారాయణ శాస్త్రిగారు” అను పండితు లిరువురు మార్గవశమున నచ్చటికి వచ్చి తమచేతిలోని సొమ్ము ఖర్చుపడి యుండుటచే నిడదవోలు స్టేషనువఱకు ధూమశకటము పైఁ బ్రయాణముసేయుటకు బదులిమ్మని వేంకటరామశాస్త్రిగారి నడిగిరఁట. అప్పుడు వేంకటరామశాస్త్రిగారు తమయొద్ద సొమ్ము లేదనియు వేంకటశాస్త్రిగారి నడుగుఁ డనియుఁ జెప్ప వారలును “మేము వేంకటశాస్త్రిగారి నెఱుఁగము మీరే చెప్పి యిప్పింపుఁడు మేము వెంటనే పంపెదము” అని చెప్పఁగా వేంకటరామశాస్త్రిగారాసమాచారమును వేంకటశాస్త్రిగారితో సవిస్తరముగాఁ జెప్పిన వారును సమ్మతించి యించుమించుగా రు 1-8-0 లు యిచ్చిరఁట! ఇది వేంకటరామశాస్త్రిగారు వేంకటశాస్త్రిగారియొద్ద నప్పు పుచ్చుకొనిన సొమ్ముతోఁ గాకరపర్తి వాసులకుఁ బ్రతియప్పులను దీర్చుకొన్న విధము. అనన్యసాక్షిక మగు నీవృత్తాంతమును వేంకటశాస్త్రి గారు మఱియొక లాగు వ్రాయుట యుక్తము కాదు.

(6) పద్యము ‘‘వెనుకటిపద్యమును క్రోధావేశముచే నట్లు కల్పించితిని గాన నీవు గురుధనమును హరింపను లేదు; కృతఘ్నతయు లేదు; నారాయణశాస్త్రిగారిని గురు వని చెప్పుకొనుటయు స్తవనీయము; వేంకటశాస్త్రిగారి యొద్ద విశేషముగాఁ జదువకుండుటయు నిజము. ఇఁక నేమన వేంకటశాస్త్రిగారు కొంచెము చెప్పినను గౌరవపాత్రులు; వంద్యులు; అదియుంగాక లోకప్రసిద్ధి గలవారు. అట్టి వారిని గురు వని చెప్పుకొనుట వలనఁ గీర్తియుఁ గూడ హెచ్చును. ఆయనను గురు వని చెప్పుకొన రాదా? ఏల చెప్పుకొన లేదు?’’ అని యింత యభిప్రాయమును గర్భములోఁ బెట్టుకొని యీ పద్యము బయలు వెడలినది.

చదువరులారా! మన మందఱముఁ గలసి యీ విషయమున వేంకటరామశాస్త్రిగారి నెంతయు నానందించ వలసి యున్నది. వేంకటరామశాస్త్రిగారికి వలెనే లోకోపకారార్థమై యవతరించు కవుల కందఱకు నిట్టి సద్బుద్ధిఁ బ్రసాదింపఁ బరమ కారుణికుం డగు జగదీశ్వరుని వేఁడుదము. కొన్ని మాసములు చదువుకొనినంత మాత్రమున ప్రసిద్ధులగుటనుబట్టి వేంకటశాస్త్రిగారే నాకుఁ బ్రధానోపాధ్యాయు లని చెప్పికొనక రాత్రింబవళ్లు కష్టపడి విద్య గఱపుల యే కాక మిత్రునివలెను.

బుత్త్రివలెను మిగుల నాదరించిన శ్రీ నారాయణశాస్త్రి గా
రినే తమ గ్రంథములలోను సభలలోను జెప్పికొనుట వేంకట
రామశాస్త్రిగారి కెంతయు నలంకారముగా నున్నది అట్లుగాక
యది కృతఘ్నతగా నే భావింపఁబడినచోఁ గవిరాజబిరుదాంకి
తు లగు శ్రీపాదకృష్ణమూర్తిశాస్త్రిగారు మున్నగు పలువురు
పండితుల యొద్దను కవుల యొద్దను విద్య నేర్చియు బ్రహ్మ
య్యశాస్త్రిగారినే ప్రధానోపాధ్యాయులు గాఁ బరిగణించు వేం
కటేశ్వరులును గృతఘ్నులే యని చెప్పక తప్పదు ఒకవేళ వా
రే జాతకచరిత్రలో నైనను వ్రాసినా రనినచో వేంకటరామశా
స్త్రి గారును వారచర్యలో వ్రాయక పోరు!

(7) పద్యము—ది॥తి॥శాస్త్రిగారు చెప్పినట్లు వేంకటశా
స్త్రిగారి పాండిత్యప్రభావ మెట్టిదో కాని యది యప్పు డుంట
నే లేదఁట! తరువాత వేంకటరామశాస్త్రిగారు వారియొద్దఁ జ
దివినదానినే మఱల దృఢపఱచుకొని పైగ్రంథమును బూర్తి
సేయ వలసివచ్చినదఁట. “వేంకటశాస్త్రి” గారి యొద్దఁ జదువ
వచ్చుటకు ముందే వారుకవిత్వము చెప్పుచుండుటచే నప్పుడ
ప్పుడు “వేంకటరామకవి”! యనిపిలుచుచు వచ్చిరికాఁబోలు!

(8) పద్యము—వేంకటశాస్త్రిగారు తమగురువులలో
నొకరు గారని వేంకటరామశాస్త్రిగా రెందును జెప్ప కుండ

లేదు. కావున నాతులతోఁ బని లేదు. "వేంకటేశ్వరు శిష్యుఁడవే నిజంబు" అని చెప్పినంత మాత్రమునఁ దృప్తిగా లేదు. మీరు వ్రాయు ప్రతిగ్రంథమందును గురుస్తుతిఁ జేసినపిదప వేంకటరామశాస్త్రిగారు వేంకటశాస్త్రిగారికి శిష్యుఁడని కూడ వ్రాసికొనుఁడు.

(౯) పద్యము—వేంకటరామశాస్త్రిగారు వేంకటశాస్త్రిగారి యొద్దఁ జదువుకొనుట మాని యిప్పటికిఁ బదిసంవత్సరములు కా వచ్చినది. అనఁగా వారి కప్పటి కించుమించుగాఁ బదునాలుగు వత్సరముల ప్రాయ మై యుండును. అంత చిన్నతనముననే వారు విద్యను ముగించియుండలేదు.

ఇప్పటి కుత్తరప్రత్యుత్తరములు ముగిసినవి. ఇంతటితోఁ దనివి చనక వారు వ్రాసిన మఱికొన్ని పద్దెములు.

సీ. బదులుగా కేగె విశ్వము మెచ్చఁ బత్రికా
పరముగాఁ బ్రకటింపఁ బడిన లేఖ
వినిపంపలేదె నిన్వెఱపాటుతో మిముం
బోషించుచున్న మీభూమిపతికి
సభలు చేయింపఁగాఁ జాలరె విద్యావి
శారదులైన భూస్వామివరులు
మధ్యవర్తులు గారె మహనీయులైన వి
ద్వాంసులు సుకవితాదక్షతములు

బీరమేమయ్యెనో నేతిబీరకాయ !
మానమేమయ్యెనో పరిమాకవీంద్ర !
పౌరుషం బెచ్చటికిఁ బోయె బాలరాయ !
కీర్తి యెందడుగంటెనో కీర్తిముఖము !

శా. మాకన్నన్మహనీయులైనకవులీక్ష్మామండలిన్ లేకపో
కీకాలంబున యుష్మదీయ కవితాద్వీపంబు ముంపంగన
స్తోకాకార మదీయదివ్య కవితాతుంగాచ్ఛటీ ఘోరగం
గాకల్లోలవతీ ప్రవాహభర వేగ ప్రక్రియల్ చాలవే ?
గీ. మిమ్ముఁ బోషించుటేమి దోషమ్ము పతికిఁ
వననిగర్వంబు మీకుండఁ దగదు గాక
అంటుమామిడి గున్నపై నధివసించి
నంతనే కాకికోకిల యగుఁగలదె ''

ఉ. ఎఱుఁగక మాఱునాడితి మహీనమురి పతిధాధురంధరుల్
తిరుపతి వేంకటేశ్వరుల దీటుగుబాకమె యంనుపేఁడ మీ
నరపతి యూరకుంటెనని నామదినెంచెద లేకయుండినన్
సరసుఁడు పీఠికానగర నాథుఁడు ధీరుఁడు మిన్నకుండునే ?'

ఇవి కేవలము క్రోధావేశమున వ్రాసిన పద్దెములు కాన నీ పద్యముల విమర్శింపరాదు. పూర్వ మిట్లే కొన్ని దూషణ వాక్యములను విడిచి యున్నాడు.

సీ. వ్యాకరణంబునందు సమానమతిశాలు
లైనచో రంపు వాక్యార్థమునకు
నుభయ భాషాకవిత్వోద్రేక బిరుదంబు

కలచేనిరండు తత్కాలనమునకు
శతవధాన ప్రవీణత గన్న పేర్వాసి
గున్నచో రండు పేరొక్కన్న పనికి
నితర విద్యాభిమానిత్వమెంచేని
యమరిన రండు వ్యాహారమునకుఁ
దగిన ప్రభువుల ప్రేమాల మీదార్థ్యమెల్ల
నీయగాఁ జేసి రేయియూరు పేరు లేక
యుండఁగాఁ జేసి వరపేలపెంచి పగిద
నెఱపఁ దలఁచిరి మిఁవయో మానిష్ఠవినుఁడు.

ఇది వెనుకటి పాటయే. కాని గీతపద్యములో సంతకంటెఁ శోకము ముదిరినది.

ఉ. తాల్చితిఁ గంకణంబుఁ గవితావిషయంబుల నెందునేనియుం
గెల్చెదనంచు; గెల్తు మహనీయుల ముందర, నాకు గోటికిం
నిచ్చెదరమ్ము లేక ఓలిపించిన వచ్చెదలెమ్ము లేనిచోఁ
జెల్లనివాని వేంకటకవి ప్రీవరుఁడ మఁగొల్చుచుండుమా.

కవితావిషయంబునఁ గంకణము నెక్కడఁ దాల్చిరో?

సీ. ఎదిరి పిలోఁడ వాదింప నెంతు రేని
కెందు మాసంబు లిబులూర కుండువారె
ఓడి రనుకొనుచున్న వారర్యజనులు
ఎవ్వ రేమనుకొన్న నిం జేమితప్పు

ఈశ్వరు వేగు లని మెచ్చ రనుకొనుచున్నారు? మీరా సిద్ధుఁడా యని యడిగిరిరే? ఓడి రని మాత్ర మెవ్వరనుకొ

నుచున్నారు ? మీా——

గీ. లేఁడిపై దూఁకు సింగంబు • జాడవచ్చి
పడును మన్నంత వేగర • పాటుగలదు
గారవించునా లేదో భూ • కాంతుకడకుఁ
పిల్వ కేగఁగ రాదంచు • పిల్వవలసె. ”

నహ్వా! ఇది యే యూరిసింగము? ఎంత వేగిరపాటుతో నున్నది!

“ గీ. దీనికేనుత్తరంబు రా • చేని మమ్మ
కాదు చూగెల్చుటరయలో • క్షత్రమైక
విజయ సాధకమగు గొప్ప • విద్యగల్గు
వారలందుఁ దలాచి యే • నూరకుందు. ”

మంచిది ఊరకుండుటయే మీాకు శ్రేయము.

ఇఁక నొకచోట సభలు చేసి యన్యోన్యబలములు గన్పఱచుచుట కవకాశ ముండునా యను సంశయము మాత్రము చర్చించి యిది యింతటితో ముగింతము. వెంకటరామశాస్త్రిగారు తమ్మెమో యని సని యెవరో చెప్పినంత మాత్రమున నెనుక ముందుఁ జూడక పిన రాని మాటలాడు తిరుపతివేంకట కవులును మేమును నొకచోట సభ చేయు నెడల నది సరసముగ సమాప్తి నొందదు. క్రోధాకాయత్తచిత్తత నొకరి నొకరు గెలువఁదలఁచి యొక రెద్దియో నుపక్రమింప కెండన తెగవా రున్నవి యో లేనివి యో దోషము లెన్నక మానరు. మొదటిపతు

ముఖా రవి దోషములు కావని వాదింపక మానరు. మధ్యవర్తు లెవరి కాగ్రహము వచ్చునో యని యు నెవ్వ రేమి పద్దెములఁ జెప్పి తమ్ము దూషింతురో యనియుఁ దగవుఁ దీర్చుటకుఁ బూనుకొనరు. ఒకవేళ వారిలో నెవ్వరైన నిజము చెప్పఁ దలఁచినను విజయాకాంక్షులై పోవుచున్న యుభయపక్షముల వారికిం గూడ వినఁబడవు తుదకు „ త్వంశుంఠః త్వంమూఢః" అని కచాకచిఁ గలహము గలుగు ననుటకును సందియము లేదు. ఇట్టి పోరును జూచి యానందించు మహారాజులు సైతము ప్రస్తుతకాలమున మిగుల నరుదుగా నున్నారు కనుఁగొనిన వారు పల్వురు నవ్వుటయు నొకపక్షమువారు శిక్షాపాత్రులగుటయుఁ దప్ప మఱియొక ప్రయోజన మేమియుఁ గలుగదు. శక్తి యున్నఁ బ్రత్యేకస్థలములయందు సభలు చేసి యొకరి కన్న నొకరు ఘను లనిపించుకొనఁ గూడదా ? క్రోధావేశముచే ది. తి. శాస్త్రిగారు వ్రాసినవి. నిజ మెఱుంగనివారు కొందఱు నమ్ముచుండుటను ఇఁక ముందైనను దిరుపతివేంకటకవులు పరనిందాపరాఙ్ముఖు లగుదు రేమో యను భ్రాంతిచేతను నే నిది వ్రాసితిని గాని తిరుపతివేంకటకవులను దూషింపఁ దలంపుతోఁ గాదు.

ఆర్యులారా! ఇది యంతయు నప్రస్తుతప్రశంసయేనా ? గ్రంథనామము సార్థకముగ నున్నదా ?

శ్రీ పీఠికాపుర సంస్థానకవి. రామకృష్ణశాస్త్రి. శతావధాని.

శుద్ధపత్రిక

పుట.	పంక్తి.	ఒప్పు.	పుట.	పంక్తి.	ఒప్పు.
1	11	సామర్థ్య	14	17	సెప్పుచో
2	5	సామర్థ్యా	18	16	హాగమేయా
,,	6	తఱచు	19	5	సభలేయా
,,	14	వేంకటరా	,,	18	యథార్థ
3	10	శాస్త్రి	20	1	ప్రతిష్ఠ
4	10	బిస్నటి	,,	4	తేజాలలో
5	9	గురుతె	22	9	త్రీఽకన్
,,	12	బ్రిధమ	,,	12	యథార్థ
6	8	వేంకట	,,	20	దూఱు
,,	17	జెప్పుట	23	6	దలంచితిరి
10	1	తిరుపతి	,,	15	దత్వర
11	5	శతా	24	13	లెఖలక్భకు
,,	10	నూఱు	33	13	గనుపఱు
,,	15	సరస్వతీ	34	6	శుంఠః
,,	19	కలగూరగంప	,,	10	ప్రత్యేక
12	5	బుచ్చుకొను	,,	17	శంసయేయా
14	4	అని			

www.ingramcontent.com/pod-product-compliance
Lightning Source LLC
LaVergne TN
LVHW021427240825
819400LV00048B/1074
* 9 7 8 0 5 2 6 7 2 6 5 9 2 *